പോരാളി

AF529203

Pacha Books
Nedumpana PO, Kannanalloor
Kollam - 691576, Kerala, India
E-mail: bodhibooks03@gmail.com
Tel: +91 9447304886

PORALI
By Dr. Arunkumar S.
Poetry / Malayalam

First Published: May, 2024

Typesetting: Bodhi Books
Cover & Book Design:
Chembarathi Creatives

ISBN: 978-81-19770-71-7

Price **Rs. 130**
Production No. BB-181-1-50-5-24

Rights @ Author

No Part of this publication may be re produced
or transmitted in any form or by any means,
without any prior written permission
of the author or publisher

Printed and bound in India by
Repro Mumbai

പോരാളി

കവിതകൾ

ഡോ. അരുൺകുമാർ എസ്.

പച്ച ബുക്സ്
കായംകുളം - 690 508

ഡോ. അരുൺകുമാർ എസ്.

ആലപ്പുഴയിലെ ഹരിപ്പാട് സ്വദേശി. റിട്ടയേഡ് അദ്ധ്യാപകൻ വി.എൻ. ശിവശങ്കരപ്പിള്ള, അന്തരിച്ച ഡോ. എൽ. ജയശ്രീ എന്നിവർ മാതാപിതാക്കൾ. 1980 മെയ് 30-ന് ജനനം.

ഇംഗ്ലിഷിൽ എം.എ, ബി.എഡ്, സെറ്റ്, പി.എച്ച്ഡി. ബാച്ചിലർ ഓഫ് ലോ പാസായി. മലയാളത്തിലും ഇംഗ്ലിഷിലും എഴുതുന്നു. 2002-മുതൽ ഹൈസ്കൂൾ അദ്ധ്യാപകൻ. 2009-ൽ വൊക്കേഷണൽ ഹയർ സെക്കൻഡറി ഡിപ്പാർട്ട്മെന്റിൽ ഇംഗ്ലീഷ് ലക്ചറർ. ഈ യുഗം സാഹിത്യ സാംസ്കാരിക സംഘടനയുടെ സംസ്ഥാന പ്രസിഡന്റ്. യുവ കസാഹിതി, ഇസ്കഫ് , ഇപ്റ്റ , AKSTU എന്നിവയുടെ ഭാരവാഹിയായി പ്രവർത്തിക്കുന്നു. ദർപ്പണം മാസികയുടെ എഡിറ്റർ.

കലാസാഹിതി അവാർഡ്, കുഞ്ഞിക്കുട്ടൻ തമ്പുരാൻ സ്മാരക അവാർഡ്, ശ്രേഷ്ഠഭാഷ മലയാളം അവാർഡ്, ഒഎൻവി അവാർഡ്, കെ.എസ്.ടി.എ അവാർഡ്, ആംഗലേയ സാഹിത്യത്തിലെ സമഗ്രസംഭാവന പരിഗണിച്ച് നവോത്ഥാന കലാസാഹിത്യ സംസ്കൃതി മാസികയുടെ വേർഡ്സ് വർത്ത് അവാർഡ് (2024) എന്നിവ ലഭിച്ചു. സാഹിത്യരംഗത്തെ മികവു മുൻനിർത്തി മുൻ ആഭ്യന്തരമന്ത്രി ശ്രീ. രമേശ് ചെന്നിത്തല, കൃഷിമന്ത്രി ശ്രീ. പി. പ്രസാദ് എന്നിവർ ആദരിച്ചിട്ടുണ്ട്.

കൃതികൾ: സുദർശനം, എഴുത്താളൻ (മലയാളം കവിതാ സമാഹാരം), ആത്മായനത്തിന്റെ കവിത, എന്റെ നഗരിപുരേശൻ കൃഷ്ണഭക്തിഗാനം (സി.ഡി ആൽബം). ഗുഡ് വിഷൻ, ട്രൂത്ത് ഗുഡ്നസ് ആൻഡ് ബ്യൂട്ടി ബിഹൈൻഡ് ലവ് (ഇംഗ്ലിഷ് കവിതാ സമാഹാരം)

വിലാസം: കണ്ണൻ നിലയം, പിലാപ്പുഴ, ഹരിപ്പാട് -690514
Ph : 8590533009

പ്രസാധകക്കുറിപ്പ്

കാണുകയും കേൾക്കുകയും ചെയ്യുന്ന, താൻ നിരന്തരം ഇടപെട്ടു പോരുന്ന നെറികേടു നിറഞ്ഞ ചുറ്റുപാടുകളോടുള്ള ആത്മരോഷങ്ങളാണ് ഒരാളെ നിരന്തരം എഴുതാൻ പ്രേരിപ്പിക്കുന്നതെന്ന് വ്യക്തമാക്കുന്ന നാല്പത്തിയഞ്ചു രചനകളാണ് പോരാളിയെന്ന ഈ സമാഹാരത്തിൽ ഉൾപ്പെട്ടിട്ടുള്ളത്. ഡോ. അരുൺകുമാർ എസ്. ആണു രചയിതാവ്. അദ്ദേഹത്തിന്റേതായി ഞങ്ങൾ പ്രസിദ്ധീകരിക്കുന്ന രണ്ടാമത്തെ പുസ്തകം കൂടിയാണ് പോരാളി.

മുൻ പുസ്തകമായ 'എഴുത്താളനെ'യെന്നപോലെ വായനക്കാർ 'പോരാളി'യെയും ഹൃദയപൂർവ്വം കയ്യേൽക്കുമെന്ന് പ്രതീക്ഷിക്കുന്നു.

ആമുഖം

കവി ഒരു പോരാളിയാണ് യോദ്ധാവാണ്. കണ്ണിനു മുമ്പിൽ നടക്കുന്ന കാര്യങ്ങൾ, ആൾക്കാർ ജീവജാലങ്ങൾ, പ്രകൃതി എന്തുതന്നെയായാലും അതിനെക്കുറിച്ച് കവി പ്രതികരിക്കുന്നു. പ്രതികരിക്കുന്നവന് യോദ്ധാവിന്, അലകടലിലെ തിരമാലകൾക്കെതിരെ തോണി തുഴയുന്നവന്, നിശ്ചയദാർഢ്യം ഉള്ളവന്, സഹജീവിയുടെ കണ്ണീരിലും, വിശപ്പിലും മനമുടക്കുന്നവന്, അവർക്കുവേണ്ടി സ്വയം പിച്ചി കൊടുത്തവന് ലോകം നൽകിയ പേരാണ് കവി / പോരാളി.

കവി എന്ന രണ്ട് അക്ഷരത്തിൽ, പോരാളി എന്ന മൂന്ന് അക്ഷരത്തിൽ ഈ പ്രപഞ്ചം മുഴുവൻ ഉദിക്കുകയും അസ്തമിക്കുകയും ചെയ്യുന്നു. യഥാർത്ഥത്തിൽ ലോകം ചലിക്കുന്നത് എങ്ങനെ എന്നു മുൻകൂട്ടി കാണുകയും, ലോകം എങ്ങനെ ചലിക്കണം എന്ന് നിർദ്ദേശിക്കുകയും, ലോക നന്മയ്ക്ക് എന്നും, എപ്പോഴും പ്രതികരിക്കുകയും ചെയ്യുന്ന, എപ്പോഴും എവിടെയും യുദ്ധസന്നദ്ധൻ ആണ് കവി /പോരാളി, മണ്ണിൽ ഈശ്വരന്റെ കയ്യൊപ്പ് പതിപ്പിക്കുന്ന നന്മമരം.

'പിച്ചി കീറിയ ബാല്യത്തിന്റെ, ഇരുട്ടിൽ തപ്പുന്ന അനാഥത്വത്തിന്റെ, ഉടുമുണ്ടഴിഞ്ഞ സ്ത്രീത്വത്തിന്റെ പ്രതീക്ഷയായി തീയും, തിരമാലയും, കൊടുങ്കാറ്റും, സുനാമിയും താണ്ടി ഞങ്ങൾ പോരാളികൾ എന്നും ഉണ്ടാവും.

ഡോ. അരുൺകുമാർ എസ്.

ഉള്ളടക്കം

പായിപ്പാട് വള്ളംകളി

കാറ്റും, നദിയും ആലിംഗനം ചെയ്യുന്ന
പ്രകൃതിരമണീയമായ ജലാശയത്തിൽ
പാരമ്പര്യവും, സമര തീക്ഷ്ണതയും
സമയം കണ്ടെത്തുന്ന നേരത്ത്
പായിപ്പാടിന്റെ പ്രൗഢിയിൽ
വൈദഗ്ധ്യത്തിന്റെയും, വശ്യതയുടെയും
ഒരു കാഴ്ച ഉണരുന്നു, വള്ളംകളി.

ചുണ്ടൻ വള്ളങ്ങൾ ഉയരത്തിലും, നീളത്തിലും,
ഗാംഭീര്യത്തിലും മറ്റുള്ളവയെ പിന്നിലാക്കുന്നു..

ഐതിഹ്യങ്ങൾ ഒന്നൊന്നായി
പായിപ്പാടിന്റെ തീരത്ത് മന്ത്രിക്കുന്നു.
കായംകുളം കായലിൽ നിന്നും കണ്ടെടുത്ത മുരുക വിഗ്രഹം
ശക്തിയുടെയും, കൃപയുടെയും,
സ്നേഹത്തിന്റെയും പര്യായമായ മുരുകൻ.
അവനെ പായിപ്പാട് ആറ്റിൻകരയിൽ കൊണ്ട് എത്തിച്ചു.
അവിടെ നിന്നും നെൽപ്പുരക്കടവിലേക്കും നയിക്കപ്പെട്ടു.
ഇന്ന് ഹരിയുടെ പാദമായി കണ്ട് അരിപ്പാടിനെ കാക്കുന്നു.
അല്ലായ്കിൽ നഗരിപുരേശനായി അത് കാക്കുന്നു.

സൂര്യൻ ആറ്റിൽ കവിതകൾ കുറിക്കുമ്പോൾ
തുഴച്ചിൽ കാരുടെ പാട്ട് മോഹന സ്വപ്നമായ് മാറുന്നു.
ആയിരങ്ങൾ വീറോടും വാശിയോടും കരയിൽ
കാത്തിരിക്കുന്നു.
ജനക്കൂട്ടത്തിന്റെ ആർപ്പുവിളി കൊണ്ട് അന്തരീക്ഷം
നിറയുന്നു.

ആർപ്പോ ഇറ് റോ
ആർപ്പോ ഇറ് റോ.
ഇഞ്ചോടിഞ്ച് പോരാട്ടം ഓരോ ഹൃദയത്തിലും പിരിമുറുക്കം സൃഷ്ടിക്കുന്നു..

തുഴച്ചിൽകാരുടെ നെറ്റിയിലെ വിയർപ്പിൽ സൂര്യന്റെ ദൃഢനിശ്ചയം ഒളിക്കുന്നു.
പായിപ്പാട് വള്ളംകളി കാണേണ്ട ഒരു കാഴ്ച തന്നെയാണ് നയന വിസ്മയം..

'ശ്രാവണം'-പായിപ്പാട് ജലോത്സവ സ്മരണിക (2023)

സുപ്രഭാതം ദിനപത്രം

ഇനിയും പറയാത്ത ഒത്തിരി കഥകൾ പറയാനായി
മലയാളഭാഷയുടെ ഒരു ദിനപത്രം സുപ്രഭാതം.
അതിമനോഹരമായി അറിവുകളെ കോർത്തെടുത്ത് അത്
വാർത്തയാക്കുന്നു.
ഉദയസൂര്യനോടൊപ്പം വന്ന് അത് പ്രഭാതത്തിൽ എന്നെ
അഭിവാദ്യം ചെയ്യുന്നു.
അതിരാവിലെ ഉമ്മറത്തിരുന്ന് കുളവും, കാവും എന്റെ
മുന്തിരിവള്ളിയും തലോടി വരുന്ന കാറ്റും, കട്ടനും, സുപ്രഭാതം
പത്ര വായനയും എന്റെ ദിനചര്യയാണ്.

അത് ഇന്നലെയുടെ പകലന്തിയോളം ഉള്ളവാർത്തയുടെ
ചുരുളഴിക്കുന്നു.
മഷി പുരട്ടിയ വാക്യങ്ങളായും വാചാലമായ ഗദ്യമായും അത്
തിരഞ്ഞെടുത്ത വാർത്തകൾക്ക് ജീവൻ നൽകുന്നു.
മലയാളത്തിലെ ആദ്യ അഞ്ച് ദിനപത്രങ്ങളിൽ
പ്രഥമഗണനീയമായ ഒന്ന് തന്നെ സുപ്രഭാതം.

ദേശീയ ദിനപത്രങ്ങൾക്കൊപ്പം വാർത്ത നൽകുകയും,
നിഷ്പക്ഷത ആവോളം കാത്തുസൂക്ഷിക്കുകയും,
സത്യം സത്യമായി ചൊല്ലുകയും,
പുതിയ അറിവ് നൽകുകയും ചെയ്യുന്ന പ്രഭാതത്തിലെ
ഉന്മേഷം തരുന്ന
ചൂട് കാപ്പിയാണ് എനിക്ക് സുപ്രഭാതം ദിനപത്രം.
അതിന്റെ പത്താം വാർഷികത്തിൽ എല്ലാ മംഗളങ്ങളും
നേരുന്നു.

സുപ്രഭാതം ദിനപത്രത്തിന്റ പത്താം വാർഷിക സപ്ലിമെന്റ്

പി വത്സല

ജീവസ്സുറ്റ കഥ എഴുതുന്ന ഒരു എഴുത്തുകാരി
നമ്മുടെ ഇടയിൽ ഉണ്ടായിരുന്നു
പി. വത്സല.

അവർ വാക്കുകളുടെ ഒരു നെയ്ത്തുകാരിയായിരുന്നു.
അവരുടെ പേന
പക്ഷികളുടെ ഗാനം പോലെ താളുകളിൽ നൃത്തം ചെയ്തു.

ചടുലമായ നിറങ്ങൾ കൊണ്ട്
അവർ ഇരുണ്ട ഭൂഖണ്ഡങ്ങളെ വരച്ചു.
അറിയപ്പെടാത്ത, അറിയപ്പെടാൻ ആഗ്രഹിക്കാത്ത
ഒരു സംസ്കാരത്തെ അവർ ആഘോഷിച്ചു.

തിരുനെല്ലിയിൽ അവർ അവരുടെ പ്രചോദനം കണ്ടെത്തി.

ഉള്ളിൽ തീയുള്ള അവരുടെ സ്ത്രീ കഥാപാത്രങ്ങൾ
ഏതു പരിമിതികളെയും ധിക്കരിച്ചു.

സ്വാതന്ത്ര്യത്തിന്റെയും, ശാക്തീകരണത്തിന്റെയും
പ്രതീകമായി അവർ എഴുതി.

പി.വത്സല നിങ്ങളുടെ പേനയുടെ മാന്ത്രികത
ഞങ്ങൾക്ക് ആഘോഷമായിരുന്നു.
നിങ്ങൾ നെയ്ത കഥകൾക്ക്, ജീവനുള്ള കഥാപാത്രങ്ങൾക്ക്
ഞങ്ങൾ എന്നും നന്ദിയുള്ളവരാണ്.

ദർപ്പണം മാസിക

തൊട്ടുകൂടാത്തവൻ

എന്റെ കവിത കട്ടും, മോഷ്ടിച്ചും വായിൽ തിരുകി,
തുപ്പലിൽ ചാലിച്ച് കാറിത്തുപ്പി,
ഒരു വിജയിയെ പോലെ ആർത്തുല്ലസിച്ച്
അവൾ നഗ്നനൃത്തം തുടർന്നു.

ഒറിജിനലിനെ വെല്ലാൻ ഡ്യൂപ്ലിക്കേറ്റിന് ആയില്ല.
അവൾ പ്രതികാര ദുർഗയായി.
കിട്ടാത്ത മുന്തിരി പുളിക്കും.
എന്നെ ആട്ടി
(പ്രിയ മാനസി) പറഞ്ഞു
"നീ കവിതയുടെ ഉടമായാണ് താഴ്ന്ന ജാതിക്കാരൻ...
ഞാനോ ?.... ഹ, ഹ.

കട്ടുതിന്നവന്റെ
തൊട്ടു കൂടായ്മ"

പെണ്ണ്

പെണ്ണ് കാളി അല്ലേ ?
പെണ്ണ് പ്രകൃതി അല്ലേ ?
പെണ്ണ് അമ്മയല്ലേ ?
പെണ്ണ് കാണപ്പെട്ട ദൈവമല്ലേ ?
പെണ്ണ് ഉർവ്വരതയല്ലേ ?
ഭദ്രമായ കാലം നിൽകുന്നോളല്ലേ ?
സർവ്വ മംഗള കാരിണിയല്ലേ ?
പെണ്ണ് മകളല്ലേ ?
പെണ്ണ് ഭൂമി അല്ലേ ?
പെണ്ണ് ക്ഷമയല്ലേ ?
പെണ്ണ് കണ്ണീരല്ലേ ?
പെണ്ണ് ക്ഷമയല്ലേ ?
എന്നിട്ടും നീ പെണ്ണിനെ മാനിക്കാത്തതെന്തേ ?

മഹാത്മാവ്

മഹത്വത്തിന്റെ
കൊടുമുടിയിലേക്ക് സത്യത്തിന്റെയും, അഹിംസയുടെയും
ഊന്നു വടി കുത്തി നടന്നവൻ ഗാന്ധി.
വർണ്ണ,വർഗ്ഗ വികാരങ്ങൾ മറന്ന് നാം ഒന്നാണ്
എന്ന ചിന്തയിലേക്ക് എത്താൻ പഠിപ്പിച്ചവൻ ഗാന്ധി.

അവന്റെ ഹൃദയം തിളങ്ങുന്ന വജ്രമായിരുന്നു.
ആത്യന്തികമായ ഇരുട്ടിനെ മറികടക്കാൻ
ആ വെളിച്ചം നമ്മളെ സഹായിച്ചു.
തുല്യതക്കും, സ്വാതന്ത്ര്യത്തിനും,
സമാധാനത്തിനും വേണ്ടി അവൻ മുറവിളി കൂട്ടി.

അവന്റേത് ഹൃദയത്തിന്റെ വിപ്ലവം ആയിരുന്നു.
യുദ്ധഭൂമിയിൽ ഭയമില്ലാത്തവനായി അവൻ അടരാടി.

നീയാണ് മഹാത്മാവ് യഥാർത്ഥ മഹാത്മാവ്
ഭാരതത്തിന്റെ രാഷ്ട്രപിതാവ്.
സാധാരണക്കാരന്റെ ശബ്ദം.

ദുർബലന്റെ ഉള്ളിൽ ഒളിഞ്ഞു കിടക്കുന്ന ശക്തിയാണ്
ആത്മവിശ്വാസം എന്ന് ഗാന്ധി പഠിപ്പിച്ചു.
കൈപ്പേറിയ വെറുപ്പ് എന്ന മഹാ വിഷത്തിനെ
ആട്ടിയോടിക്കാൻ അവൻ എന്നും ശ്രമിച്ചു.

സ്വാതന്ത്ര്യം എന്ന ഒറ്റ ലക്ഷ്യത്തിനുവേണ്ടി
നീ മരണത്തെ ഏറ്റുവാങ്ങി.
ഇന്നല്ല, നാളെ അല്ല എന്നന്നേക്കും

ഞങ്ങളുടെ കണ്ണിന്റെ കണ്ണിലെ വെളിച്ചമാണ് നീ.

മർത്യ സ്നേഹത്തെ മൃത്യുവിൽ കൂടിയും
ആവാഹിച്ച മഹിത മാന്ത്രികാ നിനക്ക് പ്രണാമം.

മലയാളി മനസ്സ് ഓൺലൈൻ മാസിക

കുടുക്ക്

ഞാൻ അറിയിക്കുന്നത്രയേ നീ എന്നെ അറിയുന്നുള്ളൂ
എന്നതാണ് എന്റെ ആശ്വാസം..

അതിരുകൾ ഭേദിച്ച് നീയെന്നെ ആഗ്രഹിച്ചിരുന്നെങ്കിൽ...
ഒരുവട്ടം ചുംബിച്ചിരുന്നെങ്കിൽ..
ജഢിക സുഖത്തിന്റെ
കറുത്ത കൊമ്പു കൊണ്ട് ദേഹമാസകലം
മുറിഞ്ഞുപോയേനെ.

സ്വാർത്ഥതയുടെ മുള്ളുകമ്പിയിൽ നിന്റെ മാംസം
കൊരുത്തിരുന്നേനെ.

ഒടുവിൽ മാംസവും ശരീരവും ആത്മാവും നഷ്ടപ്പെട്ട
അടിമയെ പോലെ എരിഞ്ഞു തീർന്നേനെ.

ഇന്നത്തെ പോലെ ചത്തു ജീവിച്ചേനെ.

ഓർമ്മത്താളിൽ

ഹൃദയത്തിൻ താളിൽ പ്രണയത്തിൻ മൊട്ടുകൾ
പൂവിട്ടതെന്നെന്ന് ഓർമ്മയില്ല.

കരളിന്റെ കൈകളാൽ ചുറ്റി പിടിച്ചു ഞാൻ മുത്തം
കൊടുത്തതെന്ന് ഓർമ്മയില്ല.

കൂവളമിഴികളിൽ നാണം ചുരത്തി നീ കണ്ണീർ
കവിതകളെഴുതി നിന്നു.

പറയാതെ അറിയാതെ സ്വപ്നങ്ങൾ നെയ്തു നാം
വർണ്ണരഥത്തിൽ പറന്നിരുന്നു.

പുസ്തകത്താളിൽ നീ എഴുതിയതൊക്കെയും നെഞ്ചിൽ
കവിതയായ് ഞാൻ പടർത്തി.

മിണ്ടാതെ മിണ്ടിയ നിമിഷങ്ങൾക്കൊക്കെയും
ചെമ്പകപ്പൂവിന്റെ ഗന്ധമുണ്ട്.

അറിയാതെ കലഹിച്ച നിമിഷങ്ങൾക്കൊക്കെയും
കണ്ണീർത്തടത്തിലെ ആമ്പൽ സാക്ഷി.

പാടി പറന്നു പോയെങ്കിലും ഇപ്പോഴും നിന്നിലെ നീ എന്നിൽ
ബാക്കിയാണ്.

സഖാവ് കാനം

മലയാളക്കരയിൽ പൊള്ളുന്ന നെഞ്ചുമായി ഞങ്ങൾക്ക്
ഓർക്കാൻ ഒരു നേതാവ് - സഖാവ് കാനം.
അചഞ്ചലമായ മുദ്രാവാക്യങ്ങളുമായി സഖാവ് നടന്നു.
ജനങ്ങളുടെ യോദ്ധാവ്, ചുവപ്പിന്റെ കാവൽക്കാരൻ.

കേരളത്തിന്റെ ചോര ചുവപ്പുള്ള മണ്ണിൽ സഖാവിന്റെ
കാൽപാദങ്ങൾ നമ്മളെ നയിച്ചു.
ആഴത്തിൽ ബോധമുള്ള സഖാവ് നീതിക്കുവേണ്ടി പോരാടി.
സംസ്ഥാന സെക്രട്ടറി എന്ന നിലയിൽ കോലാഹലങ്ങളും,
കാർമേഘങ്ങളും ഇല്ലാതെ
സഖാക്കളെ നയിച്ചു.
പ്രതികരിക്കണ്ട സമയത്തെല്ലാം വെട്ടിത്തുടർന്നു പറഞ്ഞു.
പാർട്ടിയെ ആരുടെയും അടിയാളാക്കാതെ തുടർന്നു.
തലയുയർത്തി നിന്നു.

അടിച്ചമർത്തപെട്ടവന്റെയും അധ്വാനിക്കുന്നവന്റെയും
ശബ്ദമില്ലാത്തവന്റെയും
അവകാശങ്ങൾക്കായി സഖാവ് നിരന്തരം പോരാടി.

കാനം ധീരനും സത്യസന്ധനുമായ ഒരു നേതാവായിരുന്നു
പ്രതികൂല സാഹചര്യങ്ങളിലും അദ്ദേഹം പതറാതെ പോരാടി.

സഖാവ് ജ്വലിപ്പിച്ച ജ്വാല എന്നെന്നും നമ്മുടെ ഉള്ളിന്റെ
ഉള്ളിൽ ജ്വലിച്ചു നിൽക്കും.
പോരാടുന്ന സഖാക്കളുടെ ഹൃദയങ്ങളിൽ സിരകളിൽ കാനം
ഇനി തഴച്ചു വളരും.
നമുക്ക് ഓർക്കാം നഷ്ടപ്പെട്ട നേതാവിനെ.

നമ്മുടെ ചങ്കിലെ ചോരയിൽ
സഖാവിന്റെ ആദർശങ്ങൾ
അലയടിച്ചു കൊണ്ടേയിരിക്കട്ടെ
ലാൽസലാം.

ജനയുഗം വാരാന്തം

എൻെറ നഗരിപുരേശൻ

നീയാണ് പത്മനാഭൻ,
നീ തന്നെ ഗുരുവായൂരപ്പൻ,
നീ തന്നെ അമ്പലപ്പുഴ കണ്ണൻ.
നീയാണ് പത്മനാഭൻ....
നഗരിപുരേശാ കലിദോഷനാശകാ മമദുഖ നിവാരണ
നീലവർണ്ണാ.
നഗരിപുരേശാ.....
പൂന്താനപ്രിയ, ഗോവർദ്ധന ധാരി,
പീതാംബരധരേ ജഗദീശാ.
നഗരിപുരേശാ.......
മനസ്സാം കുരുക്ഷേത്ര ഭൂമിയിൽ എന്നും
നന്മയെ കാക്കുന്ന തേജോമയ......
ഞാനാം ക്ഷേത്രത്തിൽ എന്നും
കുടികൊള്ളും സത്യമേ, പരബ്രഹ്മമേ...
നഗരിപുരേശാ....

ആദിയിൽ ഓങ്കാരമായതും നീയേ.
കുന്തിക്ക് മാനസസൗഖ്യം കൊടുത്തതും നീയേ....
അഹത്തിൽ അഹം മേഞ്ഞ അഹമേ അദ്വൈതമേ
നഗരിപുരേശാ നമിക്കുന്നു നിന്നെ.
അഹത്തിൽ അഹം മേഞ്ഞ അഹമേ അദ്വൈതമേ
നഗരിപുരേശാ നമിക്കുന്നു നിന്നെ.
നഗരിപുരേശാ....
നീയാണ് പത്മനാഭൻ
നീ തന്നെ ഗുരുവായൂരപ്പൻ
നീ തന്നെ അമ്പലപ്പുഴ കണ്ണൻ,അമ്പലപ്പുഴ കണ്ണൻ.
നീയാണ് പത്മനാഭൻ....
നഗരിപുരേശാ....

നഗരി ശ്രീകൃഷ്ണസ്വാമിക്ക് സമർപ്പിച്ച ഗാനം

പ്രണയലേഖനം

നക്ഷത്രങ്ങളുടെ വേദന അത് നിന്റെ കണ്ണുകൾ എന്നോട് പറയാറുണ്ട്.

ഈ മണ്ണിൽ പതിക്കുന്ന ഓരോ പുതിയ തുഷാര കണങ്ങളും നിന്റെ കണ്ണിൽനിന്ന് പതിക്കുന്നതായി എനിക്ക് തോന്നാറുണ്ട്.

വൈരൂപ്യങ്ങളുടെ വിരോധാഭാസങ്ങളിൽ ഭ്രാന്തനായ ഞാൻ നിന്നെക്കുറിച്ച് ഓർത്തിരിക്കാറുണ്ട്.

ചുണ്ടുകളിൽ നിന്ന് ചുണ്ടുകളിലേക്ക് സ്നേഹത്തിന്റെ
തീപടർത്തി
ആലിംഗനങ്ങളുടെ നീരുറവുകളിൽ വിശുദ്ധിയുടെ
തീർത്ഥാടകരായി നമുക്ക് അലിഞ്ഞൊന്നാവാം.

എന്റെ കേരളം

അറബിക്കടലിന്റെ മടിയിൽ താടിക്ക് കയ്യും കുത്തി
മദാലസയെ പോലെ അവൾ കിടക്കുന്നു.

അവൾ പ്രകൃതിയുടെ വരദാനമാണ്.
അവളിൽ പിറന്നത് എന്റെ പുണ്യമാണ്.

കാഴ്ചകളുടെ പുണ്യത്തിൽ ഒതുങ്ങുന്നതല്ല എന്റെ കേരളം.
ഓരോ ഗ്രാമീണന്റെയും നെഞ്ചിലെ തീയിൽ നിന്ന്,
ചിന്തയിൽനിന്ന് ഉണരുന്ന സുപ്രഭാതമാണെന്റെ കേരളം.

പച്ച മനുഷ്യന്റെ കണ്ണിലെ, കരളിലെ സ്നേഹമാണ് എന്റെ
കേരളം.

അല്ലയോ കേരളമേ ഏതു സുനാമി വന്നാലും,
ഏത് പ്രൊക്രൂസ്റ്റ് വന്നാലും ഞാൻ നിന്നെ പ്രണയിച്ചു
കൊണ്ടേയിരിക്കും,
വയലാറിന്റെ തുടിക്കുന്ന ഹൃദയവുമായി.

നീ ഒറ്റയ്ക്കല്ല

മതങ്ങൾ, ജാതികൾ, ഗോത്രങ്ങൾ ഇവ ഭിന്നിപ്പിച്ച
മണിപ്പൂരിൽ
കണ്ണീര് തളംകെട്ടി നിൽക്കുന്നു.

അമ്മയെ, പിഞ്ചു കുഞ്ഞിനെ, സഹോദരിയെ മതത്തിന്റെ
ധവളരേണുക്കളും, രക്തവും പൊതിയുമ്പോൾ
പകലിൽ ഇരുട്ട് നിറയുമ്പോൾ കണ്ണടച്ചിരുട്ടാക്കാൻ
നിർവികാരത്വത്തിന്റെ ഷണ്ഡത്വത്തിനേ പറ്റൂ.

മണിപ്പൂർ,
നീ രാത്രി മുഴുവൻ നിലവിളിക്കുന്നു.
പകലിൽ നെഞ്ചു പൊട്ടി കരയുന്നു.
അസഹനീയമായ ദുരവസ്ഥയ്ക്ക് മണിപ്പൂരിനെ
കൈവെടിയാതെ
പ്രതികരിക്കുന്ന നമുക്ക് കൈകോർക്കാം-
സ്നേഹത്തിന്റെ, നന്മയുടെ, സഹവർത്തിത്വത്തിന്റെ സുഗന്ധം
പടർത്തുന്ന പൂക്കൾ വിരിയിക്കാൻ..

പരാജയവും, നിരാശയും തുലയട്ടെ.
സ്നേഹവും, ദയയും വാഴട്ടെ
മനുഷ്യൻ പുഴുവല്ലെന്ന് മതവും രാഷ്ട്രീയവും തിരിച്ചറിയട്ടെ.
മണിപ്പൂരിന്റെ മണ്ണിൽ നമുക്ക് പ്രത്യാശയുടെ വിത്തുകൾ
പാകണം
വേദനയുടെ മേലെ ഉയർന്ന് ഈ യഥാർത്ഥ്യത്തിന്റെ
നരകത്തെ ഒരുമിച്ച് നേരിടണം.

ചക്കുളത്തമ്മ

ചക്കുളം വാഴുന്ന ദേവി വനദുർഗ്ഗേ.
പാപപങ്കിലർ ഞങ്ങളെ പുണ്യത്തിൽ മുക്കും മഹാമായേ.
ശാന്തിതൻ കേദാരമേ.
സർവ്വമതസ്ഥരും വിശ്വസിക്കും അമ്മേ വനദുർഗ്ഗേ.

വനമധ്യേ പമ്പാനദി കരയിൽ വാഴുന്ന വിസ്തൃത ഹൃത്തേ.
കൈക്കുമ്പിളിൽ ഹൃദയവും താങ്ങി ഞങ്ങളിതാ
ഭക്തരെത്തുന്നു.

തീഷ്ണമാം ആനന്ദത്തിൻ പൊങ്കാലയിൽ ആറാടാൻ
ഭക്തിതൻ പാരമ്യതയിൽ സ്ത്രീകൾ ഒന്നിക്കുന്നു,
കളിമൺ പാത്രങ്ങളും തീജ്വാലയുമായി.

അവരതാ വരിവരിയായി പൊങ്കാലയർപ്പിക്കാൻ
സ്നേഹത്തിൻ പര്യായമായ ഈ മണ്ണിലേക്ക് എത്തുന്നു.
തേങ്ങ, അരി,നെയ്യ്,ശർക്കരയുടെ ഗന്ധം വായുവിൽ
പരിലസിക്കുന്നു.

ഇവിടെ മണ്ണടുപ്പുകൾ ദേവാലയമായി മാറുന്നു.
ഇവിടെ പണ്ഡിതനും, പാമരനും, പണക്കാരനും,
പാവപ്പെട്ടവനും എന്ന വേറു കൃത്യങ്ങൾ ഇല്ല.

സ്ത്രീകൾ സാരിയുടുത്ത് ചടുല വേഗത്തിൽ ദേവിയെ
പ്രദക്ഷിണം ചെയ്യുന്നു.
സ്തുതി ഗീതങ്ങൾ ആലപിക്കുന്നു.
അവർ ആത്മാർത്ഥയോടെ പ്രാർത്ഥിക്കുന്നു.

ശാന്തവും, സൗമ്യവുമായ ദേവിയുടെ മുഖം അവരുടെ
ഉള്ളിന്റെ ഉള്ളിൽ തെളിയുന്നു.
അവരിൽ ദേവി അനുഗ്രഹം ചൊരിയുന്നു.

ദിവ്യ ശോഭയുള്ള ദേവീ നിന്റെ സന്നിധിയിൽ
ഞങ്ങൾ പാടി,പാടി എത്തുന്നു.
ശുദ്ധവും,ദിവ്യവുമായ അനുഗ്രഹം ഏറ്റുവാങ്ങാൻ,
ശ്രീകോവിൽ നട തുറന്ന് തിരി തെളിയുന്നത് കാണാൻ.

വിശ്വാസത്തിന്റെയും സ്നേഹത്തിന്റെയും പരിപൂർണ്ണ
സമർപ്പണത്തിന്റെയും ആഘോഷമാണീപൊങ്കാല.
സ്വർഗീയമായ അനുഭൂതി.

അമ്മയുടെ ശാശ്വത സാന്നിധ്യം ഞങ്ങളിലെന്നും പുണ്യം
ചൊരിയണേ.

ചക്കുളത്തുകാവ് ക്ഷേത്ര സപ്ലിമെന്റ്, ഡിസം. 2023

മാനവികത മരിക്കുമ്പോൾ

വർഷങ്ങൾ കടന്നു പോകുമ്പോൾ മാനവികത മരിക്കുന്നത്
നമ്മൾ മറന്നു പോകരുത്..

സൗമ്യമായ മനസ്സും, അനുകമ്പയുള്ള ഹൃദയവും
മനുഷ്യന് കൂട്ടുകാരായിരുന്നു.

അരാജകത്വത്തിനും, അധികാരത്തിനും വേണ്ടിയുള്ള
പോരാട്ടങ്ങൾക്കിടയിൽ മനുഷ്യത്വം പിച്ചി കീറപ്പെടുന്നു.

കരുതലുള്ള വാക്കുകളുടെയും, തലോടലിന്റെയും കാലം
കഴിഞ്ഞു.

എല്ലായിടത്തും നിസ്സംഗതയാണ്.
ഒരുകാലത്ത് എല്ലായിടത്തും ദയയുടെയും,
സ്നേഹത്തിന്റെയും കഥകൾ
പാണൻ പാടി നടന്നിരുന്നു.
എങ്കിലും ഈ സായാഹ്നത്തിൽ പ്രതീക്ഷ മരിച്ചിട്ടില്ല.

മരിക്കുന്ന മാനവികതയെ
നമുക്ക് പുനർജ്ജനിപ്പിക്കാം.
ഒരു കൈ കൊണ്ട് കൊടുത്ത് ഒരു പുഞ്ചിരിയേകി
അനുകമ്പയെ പുനർജ്ജനിപ്പിക്കാം.

നമുക്ക് ബന്ധങ്ങളെ
തീവ്രതയോടെ പുൽകാം.

കാലം ചോദിക്കട്ടെ

പ്രിയേ ഞാൻ വാക്കിന്റെ അടിമയും,
നീ വാക്കിന്റെ വേശ്യയുമാണ്.
കാരണം നീ എന്റെ വാക്കുകൾ കടമെടുത്തു.
എൻറെ ആശയം കടമെടുത്തു.
എന്നിട്ടോ എന്നെ നോക്കി കാറിത്തുപ്പി,
ജല്പനങ്ങൾ നടത്തി.

സന്ധ്യ

പകലിനെ ഉറങ്ങും മുമ്പ് ചായം തേച്ച്
സുന്ദരിയാക്കുന്നവളാണ് സന്ധ്യ.
പകൽ എന്ന മണവാട്ടിയെ ഇരുട്ടിന്റെ മണിയറയിലേക്ക്
തള്ളിവിടുന്ന പരിവർത്തനത്തിന്റ നിമിഷം.

നക്ഷത്രങ്ങൾ ഒന്നൊന്നായി മിന്നി തിളങ്ങാൻ തുടങ്ങുന്നു.
രാത്രിയുടെ കവിത കവി ഹൃദയങ്ങളിൽ മൂളുന്നു.
ചന്ദ്രൻ ഉദിക്കുന്നു, സൗമ്യമായ വെള്ളി വെളിച്ചം വീശുന്നു.
ഏതോ നിഗൂഢമായ സ്വപ്നം പോലെ മാദക സൗന്ദര്യവുമായി
സന്ധ്യ മാടിമാടി വിളിക്കുന്നു.

സന്ധ്യയുടെ ആലിംഗനത്തിൽ, സൗന്ദര്യത്തിൽ,സുഗന്ധത്തിൽ
എല്ലാം നിശ്ചലമായി നിൽക്കുന്നു.
രാവിനും പകലിനുമിടയിൽ ക്ഷണികമായ കുറച്ചു
നിമിഷങ്ങൾ കൂടി.

വെറുക്കപ്പെട്ടവൻ

ഇന്ന് ഒരു ഭീകരമായ ചിരി ഞാൻ വിലകൊടുത്ത് വാങ്ങിച്ചു.

കേരള ഗാനം

മലളും, നദികളും,പുഴകളും ആലിംഗനം ചെയ്യുന്ന എന്റെ
കൊച്ചു കേരളം.

ചിന്തകൊണ്ടും, പ്രവർത്തികൊണ്ടും, സ്നേഹം
കൊണ്ടും,ഒത്തൊരുമ കൊണ്ടും ഇമ്മിണി വലിയ കേരളം.

പകലന്തിയോളം പണിയെടുക്കുന്നവന്റെ കരളുറപ്പിന്റെ
കേരളം.

നീതിയും,സംസ്കാരവും, സ്നേഹവും, സമത്വവും പട്ടുടുത്ത
എന്റെ കേരളം.

കാസർഗോഡ് മുതൽ തിരുവനന്തപുരം വരെ ഒരു
ഹൃദയതാളം എന്റെ കേരളം.

അറബിക്കടലിന്റെ രത്നമാണ് കേരളം.
മുത്തും, പവിഴവും,ചെമ്മീനും വാരുന്ന മുക്കുവന്റെ കേരളം.

പാലക്കാടും,കുട്ടനാടും, അരിപ്പാടും മാമൂട്ടുന്ന കേരളം.

സുഗന്ധ ദ്രവ്യങ്ങളുടെ ഗന്ധം കാറ്റിൽ പരത്തുന്ന എന്റെ
കേരളം
അവനവനാത്മസുഖത്തിന് ചെയ്യുന്നത് അപരന്
സുഖകരമാകണമെന്ന് കരുതുന്ന കേരളം.

കുത്തി ഒലിച്ച മഴവെള്ളത്തിൽ, ദുരന്തങ്ങളിൽ
അയൽക്കാരന്റെ കണ്ണീരു കാൺകെ രക്തം പൊടിച്ച കേരളം.

പെൺമക്കളുടെ മാനത്തിന് അച്ഛനമ്മമാർ നിയമം കൊരുക്കുന്ന കേരളം.

അമ്മയെന്ന് അമ്മിഞ്ഞ പാൽ തൊട്ട് സത്യം ചെയ്ത് ഹൃദയംകൊണ്ട് ഹൃദയത്തിൽ എഴുതുന്ന കേരളം.

കഥകളിയും മോഹിനിയാട്ടവും നാട്ടരങ്ങും മഴ കൂരാപ്പും താളവും തുടിയും കൊട്ടുന്ന കേരളം.

യുഗ പുരുഷന്മാരിലൂടെ തെളിഞ്ഞുവന്ന അമൃത് എന്റെ കേരളം.

എൻെറ കേരളം അതീവ സുന്ദരം

സ്നേഹം

സ്നേഹം തീവ്രമായ ഒരു അനുഭൂതിയാണ്. അത് ഇല്ലാതാകുമ്പോഴാണ്, നഷ്ടപ്പെടുമ്പോഴാണ് നമ്മളതിന്റെ വില മനസ്സിലാക്കാൻ തുടങ്ങുന്നത്.

ഏറ്റവും പ്രിയപ്പെട്ട ഒരാളിൽ നിന്നും അകന്ന് കഴിയേണ്ടി വരുമ്പോൾ നമ്മൾ ആ വേദന അറിയും.
നമ്മൾ ഏറ്റവും കൂടുതൽ സ്നേഹിക്കുന്ന ഒരാൾ മരിച്ചു കഴിയുമ്പോൾ ഉണ്ടാകുന്ന ശൂന്യതയ്ക്ക് സ്നേഹത്തിന്റെ വില ശക്തമായി പ്രകടിപ്പിക്കാൻ കഴിയും.

സ്നേഹം, സ്നേഹം കറുത്ത മരണത്തിന്റെ
കടിച്ചുകീറൽ പോലുള്ള വേദന.

വീണ്ടും ഒരു സന്ധ്യ

ചെമ്പട്ടുടുത്ത്, ചെമന്ന പൊട്ടുതൊട്ട്,ചെമന്ന കമ്മലും,
വളകളും, തളകളും അണിഞ്ഞ്, മന്ദം മന്ദം, അലസമായി
വന്ന സന്ധ്യേ
നിന്റെ ചുണ്ടും,കവിളും, കഴുത്തും, കരദളങ്ങളും,
പാദകമലങ്ങളും ചുമപ്പിച്ച ചെമ്പരത്തി ചെവിയിലണിഞ്ഞ്
നിന്നെ സ്വതന്ത്രയാക്കി അതാ നിന്റെ കാമുകൻ എന്തിനോ
കടലിൽ മുങ്ങിത്തപ്പുന്നു.

ഈ നാട് സനാഥമാണ്

രക്തം ചുമച്ച് തുപ്പുമ്പൊഴും ആ രക്തം കൊണ്ട് ഇന്ത്യ എന്ന രണ്ടക്ഷരം മണ്ണിൽ എഴുതണമെന്ന് ശാഠ്യം പിടിച്ച ധീര രക്തസാക്ഷികൾ,സ്വന്തം സഹോദരന്റെ ശരീരത്തിൽ രക്തം പൊടിയുമ്പോൾ,പുഴ കരയുമ്പോൾ, മല കരയുമ്പോൾ വാക്കുകൾ കൊണ്ട് തീ തുപ്പുന്ന എഴുത്താളർ, മണ്ണിൽ ഈശ്വരന്റെ കയ്യൊപ്പ് പതിക്കുന്ന ഈ നന്മ മരങ്ങൾ എന്നും ഉള്ളതുകൊണ്ടാണ് ഈ നാട് സനാഥമാണെന്ന് തോന്നുന്നത്.

ദൈവം

എനിക്ക് എന്നും കണ്ണീരും, ദുഃഖവും തരണേ എന്ന് കുന്തീദേവി ദൈവത്തോട് പ്രാർത്ഥിച്ചു. കാരണം എപ്പോഴുംസന്തോഷമായി ഇരിക്കുമ്പോൾ എനിക്ക് നിന്നെ ഓർക്കാൻ കഴിയില്ല,മറിച്ച് വിഷമമാണെങ്കിലോ എപ്പോഴും ഓർക്കേണ്ടിവരും.

ഒന്നും മാറ്റിവെക്കില്ല, എല്ലാം അനുഭവിച്ചിട്ടു തന്നെ പോകേണ്ടിവരും.മഴയായും, പുഴയായും,കാറ്റായും, തണലായും തഴുകി തലോടുമ്പോഴും ഒരു കൊച്ചു സുനാമി ബാക്കി വച്ചിരിക്കും,ഒത്തിരി അഹങ്കരിക്കുമ്പോൾ എല്ലാം പെയ്തുതീർക്കാൻ.

നമുക്ക് എല്ലാം വേണം

നമ്മൾ ചന്ദ്രനിലും നക്ഷത്രങ്ങളിലും എത്തിനിൽക്കുമ്പോൾ പണ്ടത്തെപ്പോലെ കാളവണ്ടിയും നടരാജൻ ബസ്സും മാത്രം മതി എന്നു പറയുന്നത് ശരിയാണോ ?

നമുക്ക് എല്ലാം വേണം.കഥ പറയുന്ന മുത്തശ്ശി വേണം. കളി പറയുന്ന സൗഹൃദം വേണം. പാട്ടുപാടുന്ന കിളികൾ വേണം. ശുദ്ധവായു ശ്വസിക്കുവാൻ സ്നേഹം മണക്കുന്ന നാട്ടുവഴി വേണം. തുളസിത്തറ വേണം. വിശുദ്ധിയുടെ പുഞ്ചിരിയുമായി കാത്തിരിക്കുന്ന അമ്മ മനസ്സ് വേണം.
അസ്ഥിത്തറകളിൽ ജീവിതം സ്പന്ദിക്കണം.നമുക്ക് പ്രതീക്ഷകൾ വേണം. പരസ്പരം വിശ്വസിക്കാൻ കഴിയണം.

അനുഭവം ഗുരു

അനുഭവമാണ് ഏറ്റവും വലിയ ഗുരു.ജീവിതമാണ് പാഠശാല.സമാധാനമാണ് ഏറ്റവും വലിയ അനുഗ്രഹം. ആത്മവിശ്വാസമാണ് ഏറ്റവും വലിയ ആയുധം.

പ്രകൃതിയും,അനുഭവങ്ങളും, സുഹൃത്തുക്കളും,കാലിടറിയവരുടേ കഥകളും, മഹാന്മാരുടെ വാക്കുകളും എല്ലാം മനസ്സിലാക്കി മുന്നോട്ടുപോയാൽ ജീവിതത്തിലെ പടുകുഴികളിൽ വീണ് എന്നും കരയേണ്ടി വരില്ല.

സുഖം നിറയട്ടെ

മുള്ളുകൾക്ക് മുകളിൽ വിരിയുന്ന പൂക്കൾ പോലെ സ്നേഹവും, സൗഹൃദവും, സമാധാനവും,പ്രതീക്ഷയും, ഓരോ നിമിഷവും ജീവവായുവായി നമ്മളിൽ നിറയട്ടെ, മനസ്സ് നന്നാവട്ടെ, ചുറ്റുപാട് നന്നാവട്ടെ, ലോകം നന്നാവട്ടെ.

ഇവിടെ പ്രതിഷ്ഠിക്കാം,ഇവിടെ പ്രതീക്ഷിക്കാം,
ഇവിടെ സൂക്ഷിക്കാം ശുഭപ്രതീക്ഷകൾ. സ്നേഹം,
സ്നേഹം,സ്നേഹം മാത്രം.

ലോകത്തെ തോൽപ്പിക്കാം.

സ്നേഹിക്കാൻ വേണ്ടി സ്നേഹിക്കുക.സ്നേഹം തിരിച്ചു കിട്ടാൻ വേണ്ടിയല്ല,സ്നേഹിക്കുക എന്ന പ്രവർത്തിയിലൂടെ ആനന്ദം കണ്ടെത്താൻ കഴിയണം.സ്നേഹിക്കാൻ സ്നേഹിക്കപ്പെടണമെന്നില്ല. ചുറ്റുമുള്ളതിനെയെല്ലാം സ്നേഹിക്കുക.നിസ്വാർത്ഥമായി സ്നേഹിക്കുക. പ്രതിഫലത്തിന് വേണ്ടിയല്ലാതെ സ്നേഹിക്കുമ്പോൾ, വേദനകൾ നമ്മെ അലോസരപ്പെടുത്തില്ല.

നിങ്ങളെ വേദനിപ്പിക്കുകയും ശല്യം ചെയ്യുകയും ചെയ്യുന്നവരെ കൂടി സ്നേഹിക്കാൻ കരുത്ത് ഉണ്ടെങ്കിൽ നിങ്ങളുടെ മുന്നിൽ തോൽക്കാത്തവരായി ഈ ലോകത്ത് ആരും ഉണ്ടാവില്ല..

സൗന്ദര്യം

സൗന്ദര്യം ആഗ്രഹിക്കുന്നവരാണ് മനുഷ്യർ.
സൗന്ദര്യം വർദ്ധിപ്പിക്കാൻ പല മാർഗ്ഗങ്ങളും സ്വീകരിക്കുകയും ചെയ്യുന്നു.
ചിലർ തന്റെ സൗന്ദര്യത്തെ ഓർത്ത് വേവലാതിപ്പെടുന്നു.

ജന്മം കൊണ്ട് സൗന്ദര്യം നേടാത്തത് മനുഷ്യന്റെ തെറ്റല്ല.. എന്നാൽ സ്വഭാവം കൊണ്ടും, വ്യക്തിത്വം കൊണ്ടും, പ്രവർത്തി കൊണ്ടും സുന്ദരനാകാത്തത് മനുഷ്യന്റെ മാത്രം തെറ്റാണ്. നിറവും അഴകും കൊണ്ടുള്ള സൗന്ദര്യത്തേക്കാൾ എത്രയോ മുകളിലാണ് സ്വഭാവവും പെരുമാറ്റവും കൊണ്ടുള്ള സൗന്ദര്യം. ഇത് വർദ്ധിപ്പിക്കാനാണ് നാം ശ്രമിക്കേണ്ടത്..

ഒരു ചോദ്യം

ശരീരത്തിന്റെ അഴുക്കുകളെയാൽ നമ്മൾ കുളിക്കുന്നു. പക്ഷേ മനസ്സിന്റെ അഴുക്കുകളയാൻ നമ്മൾ എന്തെങ്കിലും ചെയ്യാറുണ്ടോ?

നിറവും മണവും ഉള്ള പ്രണയം

പ്രണയത്തിന് നിറമില്ല എന്ന് കരുതിയിരുന്ന എന്നെ അതിന്റെ നിറം കറുപ്പാണെന്ന് പഠിപ്പിച്ച ഒരു കൂട്ടുകാരി ഉണ്ടായിരുന്നു. പ്രണയത്തിന് ചന്ദനത്തിന്റെ ഗന്ധമാണെന്ന് കരുതിയിരുന്ന എന്നെ അതല്ല വിയർപ്പിന്റെ ഗന്ധം മാണെന്ന് പഠിപ്പിച്ച ഒരു കൂട്ടുകാരി.

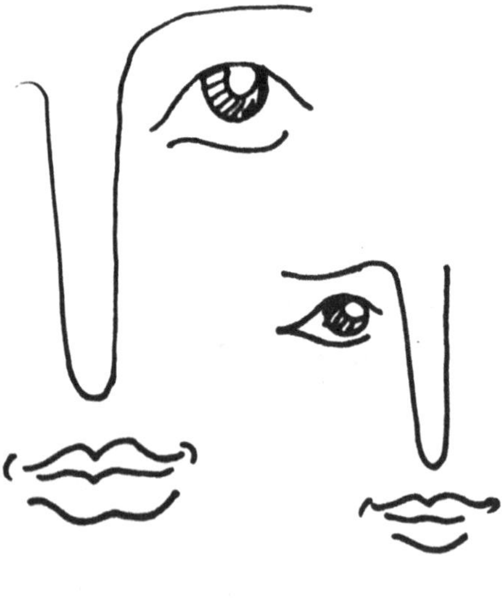

സുപ്രഭാതം

അറിയാവുന്ന അറിവില്ലായ്മകളുടെയെങ്കിലും
മരണമാവണം ജീവിതം.

നിമിഷങ്ങൾ എണ്ണിപ്പെറുക്കുന്ന നാണയത്തുട്ടുകൾക്ക്
ജീവിതം എന്ന ഒരു അർത്ഥമുണ്ട് എന്നുകൂടി ഓർമ്മവേണം.

ഓർമ്മിക്കുവാൻ ഓർമിക്കുക തന്നെ വേണം.

സ്നേഹിക്കുവാൻ സ്നേഹിക്കുക തന്നെ വേണം.

മനസ്സും ശരീരവും ആത്മാവും
ഒരുമിച്ച് ചേരുന്ന കുറച്ചു നേരത്തേക്കെങ്കിലും
നമുക്ക് നമ്മൾ ആവാൻ കഴിയണം.

ചിന്ത

വിശക്കുന്നവന് ഭക്ഷണവും, ദാഹിക്കുന്നവന് ജലവും, നാണം മറയ്ക്കാൻ വസ്ത്രവും, കേറിക്കിടക്കാൻ കൂരയും, സൗജന്യ വിദ്യാഭ്യാസവും, ആരോഗ്യ പരിരക്ഷയും മനുഷ്യന് മനുഷ്യനായി ജീവിക്കാൻ അത്യാവശ്യം വേണ്ട ഘടകങ്ങളും നിഷേധിക്കപ്പെടുമ്പോഴും, ഒരു കൂട്ടം ആൾക്കാർ സമ്പത്ത് കുമിഞ്ഞു കൂട്ടി വെക്കുമ്പോഴും,എച്ചിലിലകൾക്ക് മേലെ ജീവിതം സ്പന്ദിക്കുമ്പോൾ, കുഞ്ഞു പെങ്ങളുടെ മടിക്കുത്ത് അഴിച്ച് കവർന്നെടുത്ത കരവിരുതുകൾക്ക് നാണയ പശിമ നോക്കുമ്പോൾ, സ്വാർത്ഥതയുടെ ദന്തഗോപുരത്തിൽ നിന്ന് അഭിനവ ലൂയി 14 "After me the deluge കൽപ്പിക്കുമ്പോൾ, അടുത്ത് നിൽക്കുന്ന സഹോദരനെ കാണാൻ കഴിയാത്തവന് എങ്ങനെ ഈശ്വരനെ കാണാൻ കഴിയും ?

നമ്മൾ ചെയ്യേണ്ടത്

മനസ്സിന്റെ രാജാവാകാൻ കഴിഞ്ഞാൽ
നമ്മൾ ലോകത്തിന്റെ രാജാവാകും.
വാക്കിന്റെ രാജാവായാൽ
നമ്മൾ സൗഹൃദത്തിന്റെ രാജാവാകും.
സ്നേഹത്തിന്റെ രാജാവായാൽ
നമ്മൾ നമ്മൾ മാത്രമല്ല എന്നറിയും.
ആത്മവിശ്വാസത്തിന്റെ മന്ത്രം മാത്രം ചൊല്ലിയാൽ
നമ്മൾ അപരാജിതരാകും.

എല്ലാം ഒന്നാണ്

എല്ലാം ഒന്നാണ്. വായുവും, പുഴയും, കടലും, കായലും,
ഞാനും, നീയും എല്ലാം
രണ്ടല്ല
രണ്ടായാൽ പിന്നെ ഒന്നുമില്ല..

എന്റെ വിദ്യാലയം

എൻറെ ബാല്യ, കൗമാരങ്ങളെ രൂപപ്പെടുത്തിയ
ദേവാലയം എന്റെവിദ്യാലയം.
എന്റെ യൗവനത്തെ, എന്റെ മധ്യവയസ്സിനെ,എന്റെ
വാർദ്ധക്യത്തെ എല്ലാം രൂപപ്പെടുത്തിയ ദേവാലയം.

എന്റെ സത്യാന്വേഷണ പരീക്ഷണങ്ങൾ നടന്ന ദേവാലയം.
ഞാൻ ജ്ഞാനത്തിന്റെ തേൻ നുകർന്ന ദേവാലയം.

എന്നും എന്റെ പ്രിയപ്പെട്ട ഓർമ്മകളുടെ കേദാരമാണ് എന്റെ
വിദ്യാലയം.

സ്നേഹവും, വിദ്യയും നിറച്ചൂട്ടുന്ന അദ്ധ്യാപകർ,
സ്നേഹവും,ചോറും ഊട്ടുന്ന കഞ്ഞി ചേച്ചി,
പാട്ടു ടീച്ചറും,കണക്കു ടീച്ചറും ക്ലാസിനു വേണ്ടി അടി
കൂടുമ്പോൾ ഞങ്ങൾക്ക് വേണ്ടത് ഡ്രിൽ ടീച്ചറെ.

നീ പാതി കടിച്ചു തന്ന മുട്ടായിക്ക്
ഓർമ്മകളുടെ മധുരം

സ്വർഗ്ഗം സൃഷ്ടിക്കാം

സ്വർഗ്ഗവും,നരകവും ഈ ഭൂമിയിൽ തന്നെയാണ് ഉള്ളത്. അത്തരത്തിൽ ചിന്തിച്ചാൽ ഈ നരകത്തെ മാറ്റി സ്വർഗ്ഗമാക്കാൻ നമുക്ക് ശ്രമിച്ചാൽ സാധിക്കാവുന്നതേയുള്ളു. സ്വർഗ്ഗം സൃഷ്ടിക്കാവുന്നതേ ഉള്ളൂ.

നല്ല വ്യായാമവും, നല്ല ആഹാരവും കൊണ്ട് നല്ല ശരീരം നമുക്ക് സൃഷ്ടിക്കാമെങ്കിൽ -
മനസ്സിനെ നിയന്ത്രിക്കാൻകഴിഞ്ഞാൽ, നല്ല ചിന്തകളിൽ വ്യാപൃതനാകാൻ കഴിഞ്ഞാൽ,ആ ചിന്തകളെ വാക്ക് ആക്കാൻ കഴിഞ്ഞാൽ,
ആ വാക്കിനെ പ്രവർത്തിയാക്കാൻ കഴിഞ്ഞാൽ നമുക്കും സ്വർഗ്ഗം സൃഷ്ടിക്കാം.

സ്നേഹിക്കുന്നവരുടെ, സ്നേഹിച്ചവരുടെ സാക്ഷ്യം

പ്രണയം വിശുദ്ധമാണ്,പ്രണയം ദിവ്യമാണ്
അതെപ്പൊഴും പ്രതിധ്വനിക്കുന്ന കഥയാണ്
താജ്മഹലിന് പറയാനുള്ളത്.

മുംതാസ് എന്ന രാജ്യത്തെ കീഴടക്കാൻ തുനിഞ്ഞ
ഷാജഹാൻ എന്ന ചക്രവർത്തിയുടെ ഹൃദയ മന്ത്രം
ഇവിടെ എന്നും കേൾക്കാം.

പ്രണയം മനോഹരമായ ഒരു ആരാധനയാണ്.
നിഷേധിക്കപ്പെട്ടവനും നഷ്ടപ്പെട്ടവനും മാത്രമേ അത്
അറിയൂ.

അവർ ഒരുമിച്ച് ജീവിതത്തിലൂടെ കൈകോർത്തു നടന്നു.
അവരുടെ പ്രണയത്തിനു മുന്നിൽ കാറ്റും കടലും തിരകളും
നിശ്ചലമായി.

പ്രപഞ്ചത്തിന്റെ തുടിപ്പ് പ്രണയത്തിലാണ്,
പ്രപഞ്ചത്തിന്റെ താളം പ്രണയത്തിലാണ്
എന്ന് അവർ അറിഞ്ഞ നാളുകൾ.

അവൾ ഷാജഹാന്റെ സൂഫിയായിരുന്നു.
അവന്റെ വെളിച്ചം, അവന്റെ പ്രചോദനം, അവന്റെ കാഴ്ച.

പക്ഷേ വിധിക്ക് പ്രണയത്തിനോട് അസൂയ തോന്നിയിരുന്നു.
അത് മറ്റൊരു പദ്ധതി നടപ്പാക്കി.
മുംതാസ് രോഗബാധിതയായി മരിച്ചു.

ആ രാത്രിയിൽ അവന്റെ ആത്മാവും ഒഴുകി ഒലിച്ചു പോയി.
അവന്റെ സങ്കടത്തിൽ നിന്ന് ഒരു സ്വപ്നം പിറന്നു.
സ്നേഹിക്കുന്നവരുടെ, സ്നേഹിച്ചവരുടെ സാക്ഷ്യം -
താജ് മഹൽ.

അവളുടെ ആത്മാവിന് ഉറങ്ങാൻ ഇരുട്ടിലും തിളങ്ങുന്ന ശവക്കല്ലറ. വെണ്ണക്കല്ലിൽ തീർത്ത കവിത അവൻ നിർമ്മിച്ചു.

വിയർപ്പും അധ്വാനവും കണ്ണീരുമായി പതിനായിരങ്ങളുടെ 22 വർഷങ്ങൾ.
ഒടുവിൽ താജ്മഹൽ വളർന്നുവന്നു.
ഇന്നത്തെ നിലയിലായി.
ലോകത്തിന്റെ ഭയങ്ങളെ മറികടക്കുന്ന സ്നേഹത്തിന്റെ
സ്മാരകമായി എന്നും അത് നിലനിൽക്കും.

ബാല്യകാലസഖി

മഴയത്ത് നെഞ്ചിൽ ഒട്ടി നിന്ന ബാല്യകാലസഖി,
അവളുടെ സ്വർണനിറമുള്ള തലമുടിയിൽ നിന്നും വീഴുന്ന
മഴത്തുള്ളികൾ വീണ്ടും, വീണ്ടും ഇക്കിളി പെടുത്തിയ നിമിഷം.

മണ്ണപ്പം ചുട്ടതും,അച്ഛനും,അമ്മയും കളിച്ചതും
കമുകിയെ പാളയിൽ ഇരുത്തി അവളെ ലോകം കാണിച്ചതും
മാവില കൊണ്ട് മീൻ വിറ്റു നടന്നതും തെങ്ങിന്റെ തടത്തിലെ
വെള്ളത്തിലും ഓടയിലും കടലാസ് വഞ്ചി നിക്ഷേപിച്ചതും,
'അവളുടെ കണ്ണു കലങ്ങുമ്പോൾ നെഞ്ചുപൊള്ളിയതും,
ഓർമ്മയുടെ സ്നേഹതീരം തന്നിട്ട് പിരിഞ്ഞുപോയതും..
എത്ര മധുരം സഖീ
ഓർമ്മകൾക്ക് മുത്തം കൊടുക്കുമ്പോൾ
കണ്ണുനീർത്തുള്ളികൾ..

പ്രതീക്ഷ

അടിച്ചമർത്തപ്പെട്ടവന്റെ, നിശബ്ദനാക്കപ്പെട്ടവന്റെ,
കണ്ണീരിലും, വിയർപ്പിലും, രക്തം ചാലിച്ചവന്റെ,
പട്ടിണിയും, വിശപ്പും ഉള്ളുടുക്ക് കൊട്ടുന്ന മാരക
സത്യത്തിന്റെ,
പിച്ചി കീറിയ ബാല്യത്തിന്റെ,
ഇരുട്ടിൽ തപ്പുന്ന അനാഥത്വത്തിന്റെ,
ഉടുമുണ്ടഴിഞ്ഞ സ്ത്രീത്വത്തിന്റെ,പ്രതീക്ഷയായി
തീയും, തിരമാലയും, കൊടുങ്കാറ്റും,സുനാമിയും താണ്ടി
ഞങ്ങൾ പോരാളികൾ ഉണ്ടാവും

റംസാൻ

റംസാൻ മാസത്തിലെ നോമ്പ്
ശാന്തമായിരിക്കാനും,
മനസ്സിനെ നിയന്ത്രിക്കാനും,
കെട്ടുപാടുകളിൽ നിന്ന് വിട്ടുനിൽക്കാനും,
അല്ലാഹുവിനോട് ചേർന്ന് നിൽക്കുവാനും,
നമ്മെ പഠിപ്പിച്ചു.

തുറന്ന ഹൃദയത്തോടും, മനസ്സോടുംകൂടി
ഞങ്ങൾ ക്ഷമയും, സമാധാനവും, സ്നേഹവും തേടുന്നു.

ഉള്ളിലുള്ള ദൈവികതയുടെ മൂർത്തിമത്ഭാവത്തിനു വേണ്ടി
ഞങ്ങൾ പരിശ്രമിക്കുന്നു.

നമ്മുക്ക് ഈ വിശുദ്ധ സമയത്തെ വിലമതിക്കാം.
അവൻ ഒരു അവസരം തന്നു, ഈ ജീവിതം.
ആയതിനാൽ നമുക്ക് മണ്ണിനും, മനുഷ്യനും വേണ്ടി
പോരാളികളാകാം,
മനുഷ്യത്വമുള്ള പോരാളികൾ.

മനുഷ്യൻ

മുഹൂർത്തം നോക്കാതെ ജനിച്ച്
മുഹൂർത്തം മാത്രം നോക്കി ജീവിച്ച്
മുഹൂർത്തം നോക്കാതെ മരിക്കുന്ന ഇരുകാലികളാണ്
മനുഷ്യർ

സ്നേഹപരാഗം

ശ്വസിക്കണം നെഞ്ചുവിരിച്ച്, ശ്വസിക്കണം
ശ്വാസകോശം നിറച്ച് പ്രാണവായുവെ.

കാട്ടരുവിയിൽ നിന്ന് ഒരു കുമ്പിൾ ജലം കോരിക്കുടിക്കണം.

തല ഉയർത്തിപ്പിടിച്ച്, നെഞ്ചുവിരിച്ച് ചിന്തിക്കണം,
ജനിച്ചത് എന്തിനെന്ന് ?

പ്രകൃതിയെ,ദാഹജലത്തിനെ
അമ്മയെ, പെണ്ണിനെ പീഡിപ്പിക്കുന്ന
കരാള ഹസ്തങ്ങൾ അറുത്തു മാറ്റണം.

കണ്ണീരൊപ്പണം മണ്ണിന്റെ,കുഞ്ഞിന്റെ
അരവയറിന്റെ,സ്നേഹത്തിന്റെ പ്രതീക്ഷയുടെ.

പ്രതികരിക്കണം
കലാകാരൻ, എഴുത്താളനാവണം.

അമ്മ മലയാളം ചുരത്തുന്ന പാലും,
തേനും ആവോളം കുടിക്കണം.

കറുത്ത മഷി കൊണ്ട് വെളുത്ത താളുകളിൽ,
നാലറകളിൽ പ്രതികരണത്തിന്റെ അലകൾ തീർക്കണം.
"എനിക്കൊന്ന് ഞാനാവണം "

("കലാകാരൻ പ്രിയേ നിൻ പ്രേമമെന്നിൽ തീർത്തൊരാ
ദൈവം, കലാകാരൻ. ")

ജടായു

ശ്രീരാമന്റെ നിർഭയനായ സുഹൃത്ത് ജടായു.
ചിറകൾ വീശി സൂര്യനു താഴെ ആകാശത്തെ ഭരിച്ചവൻ.

അവൻ പോയ വഴിയിൽ സീതയെ അപഹരിച്ച്
രാവണൻ വന്നു.

അവൻ പുഷ്പക വിമാനം തടഞ്ഞുനിർത്തി.
കൂർത്ത കൊക്കും, നഖവുംകൊണ്ട്
അസുര രാജാവിനെ വെല്ലുവിളിച്ച് യുദ്ധം ചെയ്തു.

മുറിവേറ്റിട്ടും രാമനോടുള്ള വിശ്വാസം കാത്തു.
അവസാനശ്വാസം വരെ പതറാതെ യുദ്ധം ചെയ്തു.

ധീരനായ ജഡായു
നീ ചരിത്രം സൃഷ്ടിച്ചു.
സ്നേഹത്തെ, സൗഹൃദത്തെ, കരുതലിനെ വിശ്വാസത്തെ
സ്വർണ്ണ ലിപികളിൽ എഴുതി.

ഡോ. അരുൺകുമാർ എന്ന പോരാളി

ഡോ. അരുൺകുമാർ എസ്, ലക്ചറർ, കവി, ഗാന രചയിതാവ്, യോഗാചാര്യൻ എന്നിവയെല്ലാം ഒന്നായി മാറി ഒരാൾ. പക്ഷേ അരുണിനെ അടിമുതൽ മുടിവരെ ഒറ്റവാക്കിൽ വിശേഷിപ്പിക്കണമെങ്കിൽ അതിന് ഒരു പേരേ ചേരൂ, അത് കവി എന്ന വാക്ക് തന്നെയാണ്.

ആദ്യകാല ജീവിതം

ഡോ. അരുൺ കുമാർ 1980 മെയ് 30 ന് ആലപ്പുഴയിലെ ഹരിപ്പാട് ജനിച്ചു, പിതാവ് വിരമിച്ച അദ്ധ്യാപകൻ വി. എൻ ശിവശങ്കരപ്പിള്ളയും അമ്മ പരേതയായ ഡോക്ടർ എൽ ജയശ്രീയുമാണ്.

വിദ്യാഭ്യാസം

അണ്ണാമലൈ സർവകലാശാലയിൽ നിന്ന് എം.എയും കായംകുളത്തെ ടീച്ചർ എജ്യുക്കേഷൻ സെന്ററിൽ നിന്ന് ബി.എഡും നേടി. ലക്ചറർഷിപ്പിന് സെറ്റ് പരീക്ഷ പാസായി. പോണ്ടിച്ചേരി സർവകലാശാലയിൽ എം.എച്ച്.ആർ. ചെയ്തു. പി.എച്ച്.ഡി. എടുത്തു - ടാഗോറിന്റെ കവിതകളിലെ ആധുനികത ഗീതാഞ്ജലിയുടെ പ്രത്യേക പരാമർശത്തോടെ എന്ന വിഷയത്തിൽ. ഇത് കൂടാതെ അണ്ണാമലൈ സർവകലാശാലയിൽ നിന്ന് നിയമ ബിരുദവും നേടിയിട്ടുണ്ട്.

തന്റെ അധ്യാപക ജീവിതത്തോടൊപ്പം ഡോ. അരുൺ കാവ്യ സൃഷ്ടിയും തുടരുന്നു. അദ്ദേഹത്തിന്റെ ആദ്യത്തെ കൃതി 'സുദർശനം' മലയാള കവിതകളുടെ ഒരു സമാഹാരമാണ്. ഈ ആദ്യ പ്രസിദ്ധീകരണം അദ്ദേഹത്തിന്റെ കാവ്യ ശക്തി പ്രകടമാക്കുകയും സാഹിത്യ ആസ്വാദകരുടെ ശ്രദ്ധ ആകർഷിക്കുകയും ചെയ്തു.

പോസിറ്റീവായ പ്രതികരണത്തിൽ പ്രചോദനം ഉൾകൊണ്ട് അദ്ദേഹം തന്റെ കൃതികൾ എഴുതുകയും പ്രസിദ്ധീകരിക്കുകയും ചെയ്തുകൊണ്ടിരുന്നു.

'Good Vision' എന്ന് പേരിട്ടിരിക്കുന്ന അദ്ദേഹത്തിന്റെ രണ്ടാമത്തെ പുസ്തകം ഭാഷയിലുള്ള അദ്ദേഹത്തിന്റെ വൈദഗ്ധ്യവും വാക്യങ്ങളിലൂടെ അഗാധമായ വികാരങ്ങൾ പ്രകടിപ്പിക്കാനുള്ള അദ്ദേഹത്തിന്റെ കഴിവും കൂടുതൽ പ്രദർശിപ്പിച്ചു.

ഡോ. അരുണിന്റെ കവിതകൾ വായനക്കാരിൽ പ്രതിധ്വനിക്കുകയും അവരുടെ ഹൃദയം കവർന്നെടുക്കുകയും അദ്ദേഹത്തിന് അർപ്പണബോധമുള്ള അനുയായികളെ സമ്പാദിക്കുകയും ചെയ്തു.

തന്റെ രചനകൾ കൂടാതെ ഡോ. അരുൺ തന്റെ കാവ്യജീവിതം പ്രകടിപ്പിക്കാൻ മറ്റ് മാധ്യമങ്ങളും പര്യവേക്ഷണം ചെയ്തു. 'ആത്മാ യനത്തിന്റെ കവിത'എന്ന ഒരു ഓഡിയോ സീഡി 2022-ൽ അദ്ദേഹം പുറത്തിറക്കി. അദ്ദേഹത്തിന്റെ പുതിയ കൃതി 'Truth Goodness and Beauty Behind Love' ലോകം മുഴുവൻ സ്വാർത്ഥതയുടെ അന്ധകാരത്തിൽ ധൃതരാഷ്ട്രത്വം ബാധിച്ചിരിക്കുമ്പോൾ ആ ഇരുട്ടിൽ നിന്നും നമ്മളെ വെളിച്ചത്തിലേക്ക് കൈപിടിച്ച് നടത്തുന്ന സ്നേഹത്തിന്റെ കൈത്തിരിയാണ്. ഈ പുസ്തകം കേരളത്തിൽ പ്രകാശനം ചെയ്ത്ത് കേരളത്തിന്റെ ബഹു. കൃഷി മന്ത്രി പി. പ്രസാദ് ആണ്. ഡോ. അരുണിന്റെ പുസ്തകങ്ങൾ ആമസോണിലും ഫ്ലിപ്കാർട്ടിലും ലഭ്യമാണ്. അച്ചടിച്ച പകർപ്പുകൾക്ക് പുറമേ, ലോകമെമ്പാടുമുള്ള വായനക്കാർക്ക് അത് അക്സസ് ചെയ്യാനും ആസ്വദിക്കാനും അനുവദിക്കുന്ന ഇ-ബുക്കായി അദ്ദേഹത്തിന്റെ ഏറ്റവും പുതിയ പുസ്തകം ലഭ്യമാണ്. എഴുത്താളനാണ് ഏറ്റവും പുതിയ മലയാളം കവിതാ സമാഹാരം. മനുഷ്യത്വത്തിന്റെ മാനിഫെസ്റ്റോയാണ് എഴുത്താളൻ. എന്റെ നഗരി പുരേശൻ എന്ന ഗാനം (സി.ഡി) ആലപ്പുഴയുടെ എം.പി ശ്രീ. എ. എം ആരിഫ്, മുൻസിപ്പൽ ചെയർമാൻ കെ. കെ. രാമകൃഷ്ണന് നൽകി ഹരിപ്പാട് സുബ്രഹ്മണ്യസ്വാമി ക്ഷേത്രത്തിൽ വച്ച് പ്രകാശനം ചെയ്തു.

പ്രധാന നേട്ടങ്ങൾ

നിരവധി നേട്ടങ്ങൾ അരുണിന് ഉണ്ടായിരുന്നു. കേരളത്തിലെ പ്രശസ്ത കഥകളി കലാകാരന്റെ നാമധേയത്തിലുള്ള 'മലയാളം, ഇംഗ്ലീഷ് കവിതാ മേഖലകളിൽ ശ്രദ്ധേയമായ സംഭാവനകൾ നൽകിയ കവിയും, പണ്ഡിതനുമായ അദ്ദേഹം, ചെറുപ്പം മുതലേ കവിതകൾ എഴുതാനുള്ള അഭിനിവേശം കാട്ടിയിരുന്നു. ഡോ. അരുൺ, സ്കൂൾ പഠനകാലത്ത് വിവിധ കവിതാ മത്സരങ്ങളിൽ പങ്കെടുക്കുകയും നിരവധി അവാർഡുകൾ വാരി കൂട്ടുകയും ചെയ്തു.

സാഹിത്യ സംഭാവനകൾ

വികാരങ്ങൾ പ്രകടിപ്പിക്കാനും തന്റെ വരികളിലൂടെ വികാരങ്ങൾ ഉണർത്താനുമുള്ള കഴിവാണ് ഡോ. അരുണിന്റെ കാവ്യയാത്രയുടെ സവിശേഷത. മലയാളത്തിലും, ഇംഗ്ലീഷിലും അംഗീകാരം നേടിയ അദ്ദേഹത്തിന്റെ കവിത ഭാഷാ അതിർവരമ്പുകളെ മറികടക്കുന്നു. ഒരു ദ്വിഭാഷാ കവി എന്ന നിലയിൽ, വൈവിധ്യമാർന്ന പ്രേക്ഷകരിലേക്ക് എത്തിച്ചേരാനും തന്റെ വാക്കുകൾ കൊണ്ട് ശാശ്വതമായ സ്വാധീനം സൃഷ്ടിക്കാനും അദ്ദേഹത്തിന് കഴിഞ്ഞു.

റൊമാന്റിക് ശൈലിക്ക് പേരുകേട്ട ഡോ. അരുണിന്റ കവിതകൾ അദ്ദേഹത്തിന്റെ ആഴത്തിലുമുള്ള വികാരങ്ങളുടെ പ്രതിഫലനവും വ്യക്തിപരമായ ആവിഷ്കാരത്തിനുള്ള ഉപാധിയുമാണ്. സ്നേഹത്തിന്റെയും അഭിവാഞ്ഛയുടെയും മാനുഷിക അനുഭവങ്ങളുടെയും സാരാംശം ഉൾകൊള്ളുന്ന അദ്ദേഹത്തിന്റെ വരികൾ ആഴത്തിലുള്ള തലത്തിൽ വായനക്കാരിൽ പ്രതിധ്വനിക്കുന്നു. തന്റെ കവിതയിലൂടെ, തന്റെ തൂലികയിലൂടെ സാന്ത്വനവും സ്നേഹവും നൽകി അനേകർക്ക് വൈകാരികമായ പകരക്കാരനായി അദ്ദേഹം മാറി. അക്കാദമിക് രംഗത്തെ അദ്ദേഹത്തിന്റെ നേട്ടങ്ങളും തന്റെ സൃഷ്ടിയോടുള്ള അചഞ്ചലമായ അർപ്പണബോധവും സാഹിത്യ ലോകത്തും സമൂഹത്തിലും ശ്രദ്ധേയനായ വ്യക്തിയെന്ന നിലയിൽ അദ്ദേഹത്തിന്റെ സ്ഥാനം ഉറപ്പിച്ചു.

2002-ൽ ഹൈസ്കൂൾ അദ്ധ്യാപകനായി ജോലിയിൽ പ്രവേശിച്ചു, യുവമനസുകളെ പരിപോഷിപ്പിക്കുകയും ക്ലാസ് മുറിയിൽ അറിവ് പകർന്നു നൽകുകയും ചെയ്തുകൊണ്ട് ഡോ. അരുൺ തന്റെ കരിയർ ആരംഭിച്ചു. വിദ്യാഭ്യാസത്തോടും സാഹിത്യത്തോടും ഉള്ള അദ്ദേഹത്തിന്റെ അഭിനിവേശം അദ്ദേഹത്തെ പണ്ഡിതോചിതമായ ഒരു പര്യവേക്ഷണം ചെയ്യാൻ പ്രേരിപ്പിച്ചു. 2009 ൽ അദ്ദേഹം വൊക്കേഷണൽ ഹയർസെക്കൻഡറി ഡിപ്പാർട്ട്മെന്റിൽ ഇംഗ്ലീഷ് അദ്ധ്യാപകനായി ചേർന്നു.

ഹരിപ്പാട് രാമകൃഷ്ണൻ ട്രസ്റ്റിന്റെ വാർഷിക ചടങ്ങിൽ അദ്ദേഹത്തെ മുൻ ആഭ്യന്തരമന്ത്രിയും ഹരിപ്പാട് എം. എൽ. എയുമായ ശ്രീ. രമേശ് ചെന്നിത്തല ആദരിച്ചു. 30 കൊല്ലത്തോളം ആയി ഉള്ള മലയാള സാഹിത്യത്തിലെയും വിശ്വ സാഹിത്യത്തിലെയും സംഭാവനയ്ക്കും സാമൂഹിക പ്രവർത്തനത്തി

നും കേരളത്തിന്റെ ബഹു. അഗ്രകൾച്ചർ മിനിസ്റ്റർ പി. പ്രസാദ് കവിയെ ആദരിക്കുകയും അനുമോദിക്കുകയും ചെയ്തു. 2019ലെ യുവകവികൾക്കുള്ള കലസാഹിതി അവാർഡ് അദ്ദേഹത്തിന് ലഭിച്ചു. 2017-ലെ കുഞ്ഞിക്കുട്ടൻ തമ്പുരാൻ സ്മാരക അവാർഡും, ശ്രേഷ്ഠഭാഷ മലയാളം അവാർഡും, 2023 ലെ കവിതാ സാഹിത്യ കലാസംസ്കാരിക വേദിയുടെ ഒ.എൻ.വി അവാർഡും നേടി. സാഹിത്യ മത്സരത്തിൽ ഒന്നാം സ്ഥാനം നേടിയതിന് കെ.എസ്.ടി.എ കവിയെ ആദരിച്ചു. ശ്രദ്ധേയമായ, നവോത്ഥാന കലാസാഹിത്യ സംസ്കൃതി മാസിക കവിക്ക് 2024 ലെ വേർഡ്സ് വർത്ത് അവാർഡ് പ്രഖ്യാപിച്ചിട്ടുണ്ട്. പാവപ്പെട്ടവർക്കും ദരിദ്രർക്കും സൗജന്യ നിയമോപദേശം നൽകാറുണ്ട്. താൻ പഠിപ്പിക്കുന്ന സ്കൂളിൽ പുസ്തകം ഇല്ലാത്ത കുട്ടികൾക്ക് സൗജന്യമായി പുസ്തകം കൊടുക്കുന്നു. സ്കൂൾ ലൈബ്രറിയിലെക്ക് ദിനപ്പത്രം സംഭാവന ചെയ്യുന്നു. യുവാക്കൾക്കും വളർന്നു വരുന്ന എഴുത്തുകാർക്കും അദ്ദേഹം പൂർണഹൃദയത്തോടെ പിന്തുണനൽകുന്നു. ഈ യുഗം സാഹിത്യ സാംസ്കാരിക സംഘടനയുടെ സംസ്ഥാന പ്രസിഡന്റാണ് ' യുവകലാസാഹിതി ജില്ലാ കമ്മിറ്റി അംഗം, യുവകലാസാഹിതി ഹരിപ്പാട് മണ്ഡലം കമ്മിറ്റി പ്രസിഡന്റ്, ഇന്ത്യൻ സൊസൈറ്റി ഫോർ കൾച്ചറൽ കോഓപ്പറെഷൻ ആൻഡ് ഫ്രണ്ട്ഷിപ്പ് ഹരിപ്പാട്, രക്ഷാധികാരി, ഇന്ത്യൻ പീപ്പിൾ തിയറ്റർ അസോസിയേഷൻ ജില്ല ഭാരവാഹി, ഹരിപ്പാട് പ്രസിഡന്റ് എന്നീ നിലകളിൽ അദ്ദേഹം നിർണായക പങ്ക് വഹിച്ചു വരുന്നു. ഡിജിറ്റലായി പോലും 15-ലധികം സാമൂഹിക സാഹിത്യ സംഘടനകളുടെ അംഗമായും ഭരണാധികാരിയായും അദ്ദേഹം പ്രത്യക്ഷപ്പെട്ടു. ദർപ്പണം എന്നപേരുള്ള സാഹിത്യ മാസികയുടെ എഡിറ്റർ എന്ന നിലയിലും സുവർണ്ണ ശോഭയിൽ നിൽക്കുന്നു.

എല്ലാ ദിവസവും അദ്ദേഹം സാഹിത്യ സമൂഹത്തോട് പ്രതികരിക്കുകയും അടിയന്തിര സാമൂഹിക ആശങ്കകളിൽ ഇടപെടുകയും ചെയ്യുന്നു. സാഹിത്യത്തിനുള്ള സംഭാവനകളെ മാനിച്ച് ടൈംസ് ഓഫ് ഇന്ത്യ, ഔട്ട് ലുക്ക്, സീ ന്യൂസ്, ലോക് മട് ടൈംസ് തുടങ്ങി നിരവധി ദേശീയ മാധ്യമങ്ങളിൽ അദ്ദേഹത്തെക്കുറിച്ച് ലേഖനങ്ങൾ വന്നിട്ടുണ്ട്. പത്രങ്ങളിലും സാഹിത്യ മാസികകളിലും തുടർച്ചയായി കവിതകൾ എഴുതിക്കൊണ്ടിരിക്കുന്നു.